पद्मश्री प्राण

मॉरिस हॉर्न, वर्ल्ड इनसायक्लोपेडिया ऑफ कॉमिक्सचे संपादकांनी कार्टुनिस्ट प्राणला 'वॉल्ट डिस्नी ऑफ इंडिया' म्हटले आहे. त्यांचे कॉमिक्स पिढी दर पिढी वाढणाऱ्या नवतरुणांचा नेहमीसाठी सोबती राहिले आहेत. त्यांनी त्यांचे कॅरेक्टर्स चाचा चौधरी, साबू, श्रीमतीजी, पिंकी, बिल्लू, रमन इ. च्या मनोरंजनाचा भरपूर आनंद घेतला आहे. त्यांचे ५०० हून अधिक टायटल्स बाजारात सध्या विकले जातात आणि न्यूज पेपर्समध्ये डझनाने स्ट्रिप्स प्रकाशित होतात. चाचा चौधरीवर आधारित टीव्ही सिरियलचे ६०० पेक्षा जास्त भाग सातत्याने एका मुख्य वाहिनीवर दाखविण्यात आले. जगातील अनेक देशांचा प्रवास केलेल्या प्राण यांना लिम्का बूक ऑफ रेकॉर्ड्सने 'पिपल ऑफ द इअर अॅवार्ड' ने सन्मानित करण्यात आले आहे. १९८३ मध्ये त्यांचे कॉमिक बुक 'रमन, हम एक है' चे प्रकाशन तत्कालिन पंतप्रधान श्रीमती इंदिरा गांधी यांनी केले होते.

– प्रकाशक

कोणी तरी आजारी असेल?

मी चेक करतो.

तुझी आजी म्हातारी आहे. त्यांचे दात खराब असतील मी चेक करतो.

आजी, जरा तोंड उघडून दाखवा.

दात पाहण्या- साठी तोंड उघडण्याची काही गरज नाही.

तू माझे दात असेही पाहू शकतोस.
!!

तुझे आजोबा नक्कीच आझारी असतील.

मी त्यांना चेक करतो.

ऊं. ओय !
भड़ाक !!

उफ !
भड़ाक !

ड़ॉ. बागवाने,
तुम्ही ठीक आहात ना?
आं? होय. हो..

मी एकदम चांगला आहे.

मी तुझ्या घरात आजारी व्यक्ती शोधणाराच.
ही खारूताई?
कुटकुटला काहीही होत नाही.

असं म्हणू नये.

ती सुद्धा आजारी असू शकते.

मी तिला चेक करतो

चीं!

ओय !
अरे रे!

भड़ाक् क !

ओय !

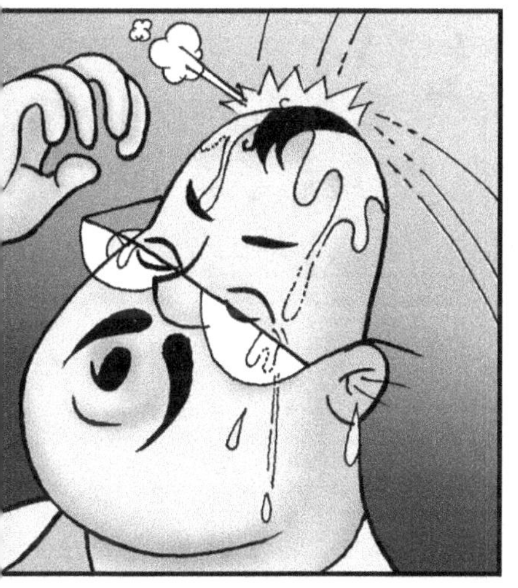

मी कुठे आहे ?

अभिनंदन डॉ. बागवाने
आमच्या घरात तुम्हाला एक तरी रुग्ण सापडला.

आणि तो तुम्ही स्वत आहांत

पिंकी भुकेची सोय

चौं!!

कुठे जायचं आहे?
कुठेही जायचं नाही. आमची दोघींची शर्त लागली होती की, येणाऱ्या बसचा कंडक्टर मिशावाला असेल.

म्हणून मी बस थांबविली.

मी शर्त हरले आहे कारण तुम्हाला तर मिशाच नाहीत.

आता तर भूक लागू लागली आहे, पिंटी.
ते समोर शुहिना आंटीचे घर आहे. तिथे जाऊन काही खाऊ या.

नाही बाबा नाही. तुला शुहिना आंटी माहीत नाहीत. त्या जरा जराशाला रागे भरतात.

मग रागाच्या भरात त्या जवळ असलेली कोणतीही वस्तू फेकून मारतात.
असं?

आंटीजवळ खूप सारी फळे आहेत.

मग तर मला वाटते आपल्या भूकेची सोय झाली.

हाय पिंकी
हाय शुहिना आंटी
© PRAN'S FEATURES

आंटी, तुमचे नाक पाहून मला एक चांगली वस्तू आठवते.
छान, कोणती वस्तू?

पकोडा.

गुर्र र्र, पिंकी तुझी ही मजाल.
माझे नाक पकडो काय?

गुर्र र !
गुर्र र !!
गुर्र र !!!

क्रॅच कर.

गुर् र !

बस, शुहिना आंटी

आमची खाण्याची सोय झाली.

प्रा०
चाचा चौधरी
आणि
क्रिस्पीची जादू

WASHINGTON

चाचा चौधरी
आणि
क्रिस्पीची जादू

विमानतळाच्या दिशेने
चाचा चौधरी, आपण इतक्या सकाळी सकाळी विमानलाकडे कशासाठी जात आहोत?
कोणी विशेष व्यक्ती येणार आहे का?
AIRPORT
आपण इथे एक विशेष पाहुणे क्रिस्पी, जे वॉशिंग्टन इस्टेट यूएसए वरून येत आहेत, त्यांच्या स्वागतासाठी आलो आहोत.

WASHINGTON

...च्या पूर्वी कधी मी हे नाव ऐकले नाही.

वॉशिंग्टनमध्ये पिकणारी सफरचंदे जगभरात सर्वाधिक उत्तम आहेत.

पॅसेफिक उत्तर-दक्षिण अमेरिकेमध्ये १,७०,००० एकर जमिनीवर वॉशिंग्टन सफरचंद पिकतात.

तेथील सफरचंद विविध प्रकार, चवीचे आणि रंगाचे असतात.

तुमच्या वेगवान बुद्धिमत्तेचे रहस्य 'एक दिवस, एक सफरचंद' खाणे आहे.

समुद्रसपाटीपासून ३००० फूट उंचीवर असूनही ते ताज्या आणि खनिजयुक्त पाण्यावर शेती करतात.

Tasty delight

WASHINGTON
No other apple comes close.
apples@scs-group.com • bestapples.com
facebook.com/WashingtonApples.India
twitter.com/WApplesIndia

मला भूक लागली आहे.
तो बघ आला आपला मित्र क्रिस्पी.
भारतामध्ये तुमचे स्वागत आहे.

WASHINGTON

मला विशेष सूत्रांकडून असे कळले आहे की, क्रिस्पी अमेरिकेतून भारतात आला आहे.

आपण त्याचे अपहरण करून चांगली मोठी रक्कम मिळवू शकतो.

थांबा, आम्हाला क्रिस्पीचे अपहरण करायचे आहे.

आम्ही असे ऐकले आहे की तुम्ही वॉशिंग्टन इस्टेट वरून सफरचंद आणले आहेत.

ते डगडगच्या मागच्या भागात ठेवले आहेत.

No other apple comes close.

धड़ाक् क !
बड़ाक् क !
ते कुठे गेले ?
मी एक सफरचंद खातो.
क्रिस्पी, भारतात तुझे स्वागत असो.
थेट वॉशिंग्टन इस्टेटच्या तुरुंगात.

Washington
Apples
Wholesome health
Healthy eating doesn't get better than this.
Every bite of Washington apples is filled
with juicy goodness.
So go ahead, take another bite!
apples@scs-group.com • bestapples.com
facebook.com/WashingtonApples.India
twitter.com/WApplesIndia
WASHINGTON
No other apple
comes close.

पिंकी लढाईची सुरुवात

मग काय त्या आणखी जास्त आजारी पडल्या?

नाही.

ठणठणीत ब-या झाल्या आहेत.

त्यांनी मला एक आवश्यक होमवर्क करायला दिले होते.

जे मी अजून करू शकले नाही.

उदास होऊ नको पिंकी.

होमवर्कचा विषय सांग, मी तुला मदत करतो.

लढाई कशी सुरू होते, हा विषय आहे.

खूप अवघड विषय आहे का, पप्पा?

नाही, नाही. मी तुला सांगतो.

अशी कल्पना कर की तुझी मम्मी आणि तिच्या मैत्रि-णीमध्ये साडीवरून वाद सुरू झाला.

एक मिनिट थांबा. मुलांसमोर अशी चुकीची उदाहरणे का ठेवता?

यामुळे तर मुले बिघडतात.

हे बघ, मी काही मुलांना बिघडवत नाही.

तुम्ही नक्कीच बि- घडवित आहात.

तू गप्प बस.

तुम्ही गप्प बसा.
गप्प बस.
तुम्ही दोघेही गप्प बसा.

लढाईची सुरूवात कशा प्रकारे होते, ते आता मला कळले आहे.

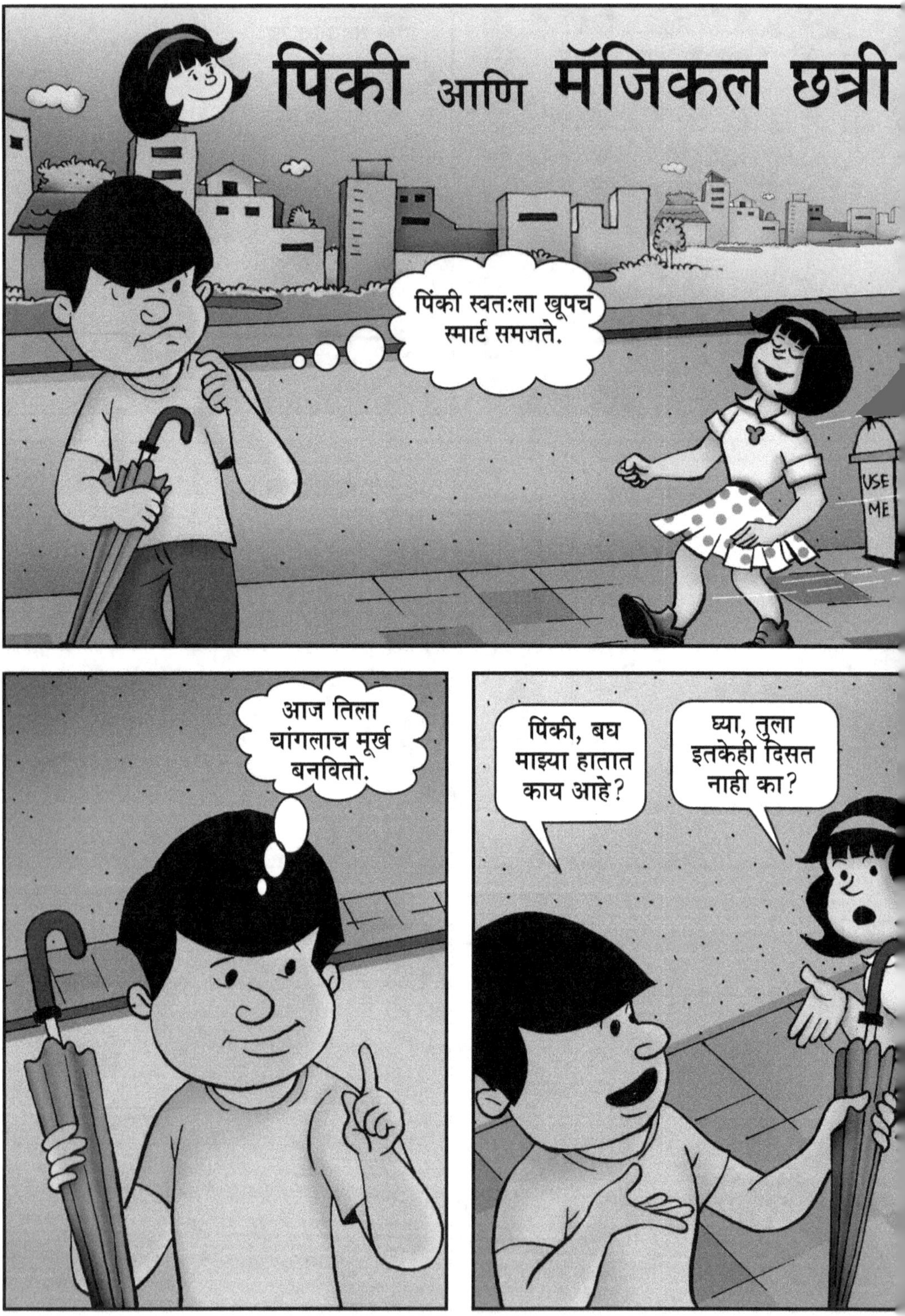

पिंकी आणि मॅजिकल छत्री

लाल रंगाची छत्री आहे.
ही मॅजिकल छत्री आहे.

हिच्या खाली येणारी व्यक्ती फक्त तुझाच विचार करते.

ही घेऊन जा आणि संध्याकाळी परत कर.
ठीक आहे.

ऊन्हापासून बचाव करण्या- साठी छत्री.

मी तुझ्या छत्रीत येऊ शकते का?
का नाही, निक्की?

खूप दिवसांपूर्वी मी तु-झ्याकडून काही पैसे उधार घेतले होते ना?

हे घे.

ऊन्हामध्ये का चालला आहेस रो-नी? माझ्या छत्रीखाली ये ना.

थँक्यू, पिंकी.

घे तुही चॉकलेट खा.

व्वा! रोनी आपल्या वाट्याचे चॉकलेट देत आहे.

व्वा! काय मजा आहे या छत्रीची !

रपटजी, ऊन्हापासून बचाव करायचा असेल तर माझ्या छत्रीत या.

थंक्यू, पिंकी.

एक नवीन गेम आणला आहे. जेव्हा खेळायची इच्छा होईल तेव्हा माझ्या घरी ये.

या छत्रीने तर कमालच केली आहे.

संध्याकाळी
ही छत्री तर खरोखरच मॅजिकल आहे.

खूप चांगलं काम केलं आहे या छत्रीने.

मी तर पिंकीला मूर्ख बनवायला निघालो होतो. योगायोगाने तिच्या बाबतीत आज चांगलेच घडले.

तेही या छत्रीमुळे.

खरोखरच या छत्रीमुळे कोणी कोणाच्या मागे लागू शकते का?
जाां !!!

जाां !!
वाचवा.

खोंड तुझ्या मागे ... नक्कीच तुझ्या मॅजिकल छत्रीची कमाल असावी.
© PRAN'S FEATURES

पिंकी   ग़ंभीर आजार

इतका परेशान का आहेस, भोलू पहेलवान?
क्ळत नाही कशामुळे, पण माझ्या पायांचा रंग अचानक निळा होऊ लागला आहे.

अरे रे! शरीराचा एखादा भाग ते- व्हाच निळा होतो, जेव्हा त्यामध्ये विष पसरते.

एखादा ग-
ंभीर आजार
वाटतो.

मी यावर काही तरी उपाय
शोधून आता येते.

माझ्या आजोबांचे हे जुन्या उपचारांचे
पुस्तक कधी उपयोगी येईल?

यामध्ये तुझ्या निळ्या होणाऱ्या
पायावर उपाय सांगितलेला आहे.

थोडा महाग आहे.
क़ाही
हरकत
नाही.

लवकरच.
दहा हजार रुपये
लागले.
मग काय
झाले?

त्यामुळे तुझ्या पायावर आलेला निळेपणा कमी होईल.

काही दिवसांनंतर
काय झाले?

माझ्या पायांचा निळेपणा गेला नाही.
ओह, एखादा गभीर आजार असावा वाटतो.

यामध्ये अशा आजारासाठी एक तेल दिले आहे, महाग आहे, पण खूप चांगले आहे.

मी आता आणतो.

शाब्बास! आता हे तेल पायांना खूप चोळून लाव.

लवकरच बरा होशील.

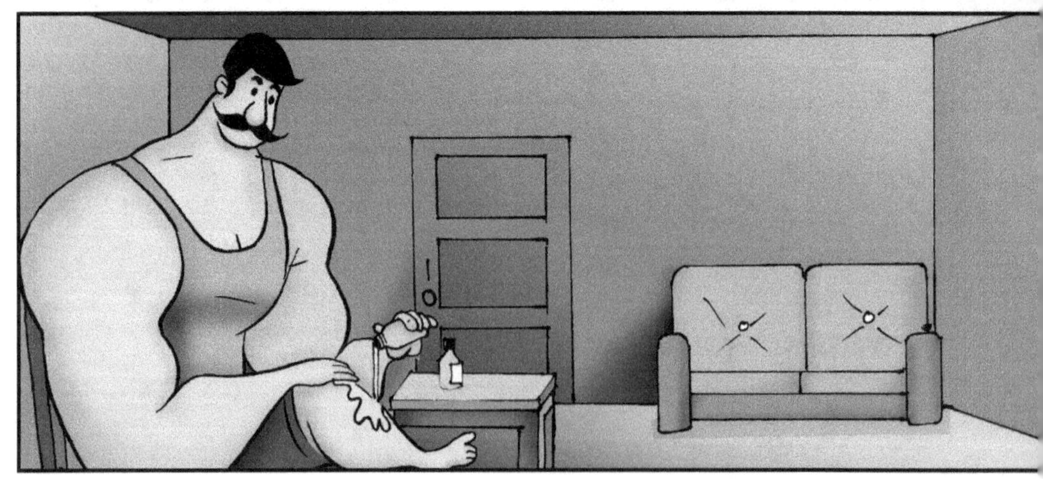

ब हूं हूं हूं
आता काय झाले भोलू पहेलवान ?

बघ,

तुझ्या पायांचा रंग पाहून आता तर एकच निष्कर्ष काढला जाऊ शकतो.

तुझ्या लुंगीचा निळा रंग सुटून तुझ्या पायांना लागत आहे.

पिंकी विंडो

पिंकी, कुठे आहेस?
तुमच्या रूममध्ये.
हे बघ, काहीही खोड्या करू नकोस. कोणतेही काम करायचे असेल तर मला विचारल्याशिवाय करू नको.

बरं, आजोबा.

लवकरच.
आजोबांना विचारावे लागेल असे दिसते.

आजोबा ऽऽऽ
पिंकी, मी महत्त्वाचे काम करीत आहे, मला परेशान करू नको.

आजोबा ते...
क्राय काम आहे ते जरा लवकर सांग...

आजोबा, विंडो उघडत नाही.

बस, इतकीशी गोष्ट. थोडे तेल गरम करून टाक. लवकरच उघडेल.

आजोबा ते...
हे बघ पिंकी, जास्त प्रश्न विचारून वेळ वाया घालवू नको.

ज़ा, मी सांगितलं तसं कर.

ठीक आहे.

लवकरच
आजोबा,
पिंकी तू?

अच्छा, सांग. आता काय आहे?
आजोबा, विंडो अजूनही उघडत नाही.

तेल घातल्यावरही उघडली नाही?
न्राही.

तर मग आता तिला हळूहळू धक्का मार. ती उघडेल.
...पण आजोबा, ती...?

पिंकी.
सॉरी आजोबा, मी जाते आणि तुम्ही सांगितले आहे तसेच करते.

गुड गर्ल.

लवकरच
छनाक् !!
अरे !

या पिंकीने काय तोडले?

अरे देवा, माझा लॅपटॉप.

पिंकी, तू माझा लॅपटॉप का तोडलास?
मी त्याच्यातील विंडो उघडण्याचा प्रयत्न करीत होते. आधी तुम्ही तेल घालण्याचा सल्ला दिला....

मग हळू-हळू धक्का मारण्याच्या तुमच्या सल्ल्याचाच हा परिणाम आहे.

अरे देवा, मला काय माहीत की तू कॉम्प्युटरच्या विंडोविषयी बोलत होतीस ते?

पिंकी
बाबा कलंदर

ऐका, ऐका, तुमची प्रत्येक मनोकामना पूर्ण करतील बाबा कलंदर.

महाराज, आज माझा क्रिकेट मॅच आहे.
बेटा, बाबा कलंदरचा प्रसाद खाशील तर शतक ठोकशील. किमत ५१ रू.

हे घ्या पैसे आणि मला प्रसाद द्या.

सुवर्ण संधी. प्रसाद खा आणि यशस्वी व्हा.
पिंकी मलाही प्रसाद खायला दे ना.
चम्पू, माझ्यासोबत चल.

घे बाळा, हे खा. तुझा विजय नक्की होईल.

सरात ट !

धड़ाक क !

आऊट.
है? असे कसे झाले? मी बाबा कलंदरचा प्रसाद खाल्ला होता आणि त्यांनी मला सेंच्युरी मारण्याचा आशीर्वाद दिला होता.

मी डबल प्रसाद खाल्ला. मी बाबांना १०१ रू दिले. त्यांनी मला पहिल्या बॉलवर बॅटसमनला आऊट करण्याचा आशीर्वाद दिला.
अस्स?

पळा.

पिंकी
पॉप सिंगर

पिंकी, मी कसा दिसतो?
चम्पू, अशी काय अवस्था करून घेतलीस?

मी आहे भारतातील मायकल जॅक्सन. पॉप सिंगरचा लूक जरा वेगळा असायला हवा.

माझे नवीन गाणे ऐक. मला म्हणतात वेडा झाला. जागा झाला बागड बिल्ला.

आला पहा मायकल, त्याची पंक्चर सायकल रॉक आणि रोल वाजव तबला आणि ढोल.

व्वा! तुझ्या सारख्या गायकाने तर परदेशात परफॉर्म करायला हवे.

हे घे परदेश प्रवासाचे तिकिट. तिथे जाऊन आपल्या संगिताची धूम कर.
थँक्स, तुम्ही एक खरे कलाप्रेमी आहात.

तुला विमानतळावर सोडण्यासाठी माझी ए.सी. कार तयार आहे.

बाय, बाय. मायकल जॅक्सन ज्युनिअर.
तिथे तू कोणाला डिस्टर्ब करू शकणार नाहीस.
राजासाब, तुम्ही त्याला कुठे पाठविले आहे?

जिथे हा बेसुरा गायक कोणाची शांतता भंग करू शकणार नाही अशी कोणती जागा आहे?

ते विमान त्याला सहारा वाळवंटात नेऊन सोडील. तिथे त्याचा कानाचे पडदे फाडणारा आवाज ऐकायला कोणीच नसेल.

पिंकी
बॅडमिंटन

ज़ा, बाहेर जाऊन खेळ. घरात बसून टीव्ही पाहिलास तर विजेचे बिल जास्त येईल.

सेल्की, तू तर सारखी खात रहतेस. तू व्यायाम करायला हवा.

खात राहिल्यामुळे दातांचा व्यायाम होतोच की...

आपण आज बॅडमिंटन खेळू या.
क आहे, तू णतेस तसं करू या.
CLUB

ड्प्प!

हा बघ, माझा वेगवान शॉट.
स्टॉक झ !

दुष्ट मुलींनो, तुम्ही क्लबमधील नेट फाडून टाकली.

सिल्की पळ.

हे घ्या, पाच हजार रुपयांचे बिल. आर्धे तुम्ही भ
आणि आर्धे सिल्कीच्या मम्मीला भरायला सांगा
बिल ?
होय, पिंकी आणि सिल्कीने क्लबची नेट फाडली आहे.

पिंकीचे नाटक

इंग्रजांनो, भारतीयांना कमी लेखू नका. इथले प्रत्येक मूल देशासाठी प्राण द्यायला सज्ज आहे.

आम्ही तुमच्या देशावर ताबा मिळविण्या- साठी कधीही आलो नाहीत, पण तरीही तुम्ही आमचा देश का ताब्यात घेतला?

लक्षात ठेवा, तुम्ही इथे जास्त काळ टिकू शकणार नाहीत. तुम्हाला या धरणीवरून जावेच लागणार.
पिंकी खांबाशी बोलत आहे, तिला वेड तर लागले नाही ना?

पिंकीच्या या वेडेपणाचा मी एक फोटो काढतो. सर्व मित्रांमध्ये तो शेअर करतो. सर्व जण मग तिची खिल्ली उडवतील.

तुम्ही आम्हाला युद्धाची धमकी देता? आम्ही भित्रे नाहीत.
ज़रा जवळ जाऊन फोटो घ्यायला हवा.

फिरंग्यांनो परत जा.

तोच
स्टाक व!

थाप व !

पिंकी तुझ्या डंड्यामुळे माझा कॅमेरा फुटल्यापासून वाचला. नाही तर चेंडू माझ्या कॅमेऱ्यावर लागला असता.
गारो तू?

मी खांबाशी बोलताना तुझा फोटो काढणार होतो. मी याला तुझा वेडेपणा समजत होतो.
ही तर मी ड्रामाची रिहर्सल करीत होते.

पिंकी
आणि चोर

पिंकी हा कचरा नग-
रपालिकेच्या कचरा
कुंडीत टाकून ये.

मम्मी
माझ्यावर
नेहमी
हलकी
कामचे
सोपविते.

ही शिंक कोणी दिली?

तू इथे का लपलास?
मला सर्दी झाली.
मी चोर आहे.
पोलिसांना
घाबरून इथे
लपलो आहे.

घे चॉकलेट, कोणाला
सांगू नकोस.
मला लाच देतोस?
सर्व चोर दुसऱ्यालाही
आपल्यासारखेच
समजतात.
पालिका
कचराकुंडी

क्रॉन्स्टेबल गतका, मी आता इथे एका चोराला बघितले आहे.
कुठे?

थोड्या वेळापूर्वी तो इथेच होता.
मला मूर्ख बनवित आहेस.
कॉर्पोरेशन कुडेदान

आक्-छीं !
शिंकण्याचा आवाज? होय, त्या चोराला सर्दी झाली होती.

होय, तो इथेच आ
चल, उतर खाली.

थॅंक्स पिंकी, आता माझे प्रमोशन होईल.